சூரிய காந்தி

ஹலிமா சஃப்ரின்

ISBN 979-8-89026-792-4

அர்ப்பணிப்பு

என்னை உதறிச் சென்ற முன்னால் கணவனுக்கு .... நன்றி.

ஒப்புகை

"என்ன நடந்தாலும் பாத்துக்கலாம். நான் அண்ணன் இருக்கன் உனக்கு"ன்னு சொன்ன அண்ணா,

தான் ஓடஞ்சி போயிருந்தாலும் என்ன தூக்கி நிறுத்துன என் அம்மா அப்பா,

எல்லா நிலைமலயும் என்ன நம்புர என்னோட பெரியப்பா,

நான் துடிதுடிச்சப்போ என் கைய புடிச்ச என் சொந்தங்கள்,

எனக்காக துஆ செய்கின்ற என் உறவுகள்,

என்னைக் கவிஞராக என்னையே எனக்கு அறிமுகம் செய்த என் தோழிகள் பவதாரினி மற்றும் அக்ஷயா.

நீங்க இல்லனா நான் இல்ல.

முன்னுரை

வலியை வலிமையாக்கும் பெண்களைவிட பலம் வாய்ந்தவர் வேறெவரும் இல்லை. அப்பெண்களின் வாழ்க்கையை உன்னதமான ஒரு பயணத்தில் அழைத்துச் செல்லும் இப்புத்தகம். ஹலிமா சஃப்ரின் *B.V.A. Finearts*, கனவுக்கு உயிர் கொடுக்கும் திறமை கொண்ட பெண்மணி. *[கலைநயமாகவும், தினசரி வாழ்க்கையிலும்].* காலங்காலமாகப் பெண்கள் படும் கஷ்டங்களை ஒரு புதிய கண்ணோட்டத்துடன் எழுதியுள்ளார்.

நருக்கென்று நாலு வார்த்தையும் கேட்பார், நருக்கின இடத்தில் காயமாற்றவும் செய்வார். ஒரே புத்தகத்தில், புல்லரிக்க வைக்கும் வார்த்தைகள், சிந்திக்க வைக்கும் கேள்விகள், தாழ்ந்த நெஞ்சை நிமிர்வடையவைக்கும் கதைகள், அவை அனைத்திற்கும் உயிர் மூச்சு கொடுக்கும் சித்திரங்கள்.

விவாகரத்து ஆகி, நெஞ்சில் வலியையும், இதழில் சிரிப்பையும், கையில் புதிதாகக் கிடைத்த சுதந்திரத்தையும் எதிர்கொள்ளும் பெண்களை ஊக்கவிக்கும் கண்ணாடி என்றே கூறுவேன். ஒரு விவாகரத்தான பெண்ணின் மகளாக, இப்புத்தகத்தை என் தாயுடன் சேர்ந்து படிக்கும்போது தான் கண்டேன் தன்னை முதல் முறையாக யாரோ புரிந்து கொண்ட ஏக்கத்தை, என் தாயின் கண்களில். இப்படி பலரை ஒன்று கூட வைக்கும் மந்திரம் இந்த எழுத்தாளருக்கும், அவரின் கவிதைகளுக்கும் உண்டு.

இது ராணி ஆடும் ஆட்டம்.
இங்கு ராஜாக்களுக்கு இடமில்லை.

ஒழியும் நானே, என் இருளும் நானே,

பலமும் நானே, என் பலவீனமும் நானே,

நன்மையும் நானே, என் தீமையும் நானே,

உயிர் அணுவும் நானே,

அவற்றை உள்ளடக்கிய பிரபஞ்சமும் நானே,

என் துணையும் நானே, என் தனிமையும் நானே,

என் முதலும் நானே! என் முடிவும் நானே!

காற்றடிக்கும் திசையெல்லாம் கால் பதிக்க ஆசை,

பார்க்கும் அத்தனை முகங்களையும் நேசிக்க ஆர்வம்,

பச்சை நிறத்தில் மயங்கிக் கிடக்கும் இதயம்,

நெஞ்சத்தில் உறங்கும் அழகிய நினைவுகள்,

"அருகில் இருக்கக் கூடாதா" என ஏங்க வைக்கும் முகங்கள்,

கேட்க மறந்த வார்த்தைகள்,

சொல்லாமல் மறைத்த வார்த்தைகள்,

நட்பின் ஆழத்தை உணர்த்திய தோழி,

நம் நினைவுகளைத் தனக்குள் பொத்தி வைத்த வகுப்பறை,

நாளை, இவ்விடம் வரும் போதும்

நம்மை வரவேற்கும் இந்த மேஜைகள்,

உன்னால் எங்களை அசைக்க முடியாது

என்று விதியிடம் சவாலிட்டேன்,

அது எங்கள் கூட்டைக் களைத்து விட்டு

சிரிக்கிறது வேடிக்கையாக!!!

 12 

பள்ளிக்கூடம் செல்ல ஆர்வம் தோன்றியது உன்னால் தான்.

என் சாப்பாடு எனக்கு மிஞ்சவில்லை என்றாலும்

வயிறு நிரம்பியதும் உன்னால் தான்.

இடம் கிடைத்தது வகுப்பறை வெளியே என்றாலும்,

அவ்விடத்தின் சுகம் கண்டதும் உன்னால் தான்.

இடைவேளை நேரம் உன் தோழில் போடும் குட்டித் தூக்கம்,

வேறெங்கும் கிடைக்கவில்லைத் தேடி அலைந்தும்.

நான் வெற்றி கண்ட நாளில்

என்னை முதலில் போற்றியதும் நீ தான்,

தோல்வி கண்ட நாளில் முதலில் திட்டியதும் நீ தான்.

வியந்து போனேன்.

இரண்டையும் எவ்வாறு அதே அக்கறையோடு செய்கிறாய் என!

அத்தனை பேர் இருந்தும் என்னை நெருங்கிய தனிமை

ஏனோ உன் அருகாமையில் என்னை நெருங்க அஞ்சுகிறது!!!

நான் சக்கரம்.

நீ அச்சாணி.

சுழலும் என்னைக் கண்டு வியக்கிறாய்...

நான் சுழல்வதே உன்னால் தான் என்பதை மறந்து!!!

– அம்மா

மேலுள்ள உலகம் பார்த்து வியந்தேனே,

கீழொரு உலகம் இருப்பது தெரியாமல்!

மலையின் உயரம் பார்த்து மெய்மறந்தேனே

உன் ஆழம் என்னவென்று தெரியாமல்!

யானையின் உருவம் பார்த்துப் பயந்தேனே,

திமிங்களத்தின் உருவம் பார்க்காமல்!

குதிரையின் ஓட்டம் பார்த்துத் திகைத்தேனே,

உன் அலைகளின் வேகம் தெரியாமல்!

உலகில் அமைதி நிலவ வேண்டும் என்று கனா கண்டேனே,

அடியில் அமைதியின் வடிவில் நீ இருப்பதை உணராமல்!

நிலங்கள் ஒன்று சேர்ந்தால் நன்றாக இருக்கும் என்றேனே,

அவற்றை ஒன்று சேர்க்க நீ இருப்பதை மறந்து!

தீவிரவாதத்தைக் கண்டு பயந்தேனே,

உன் அலைகளின் தீவிரவாதம் தெரியாமல்!

 18 

எங்கள் துப்பட்டா காற்றில் ஆடத்தான் ஐயா செய்யும்.

அதற்காக உம் எண்ணம் ஊசலாடினால்,

அது துப்பட்டாவின் தவறாகாது.

துளிர் விடும் இலை அனைத்தும்

உங்கள் எச்சில் இலை ஆகாது!

நாங்கள் சராசரிப் பெண்கள்,

விலைமகள்கள் அல்ல !

எங்களைப் பார்க்கும் போது சற்று கவனம் வேண்டும்.

கடல் தாண்டி சென்று,

வேற்றாற் நாட்டில் கஷ்டப்பட்டு,

தன் தேவைகளை எல்லாம் புறந்தள்ளி,

நம் சின்ன சின்ன ஆசைகளையெல்லாம் நிறைவேற்றி,

நமக்குப் பிடித்த வாழ்க்கையை அமைத்துக் கொடுத்து,

கடைசியில்,

"நான் வெறும் ஆறாங்கிலாஸ் தான் படிச்சிருக்கேன்னு"

சொல்ற கெத்து அப்பாக்களுக்கு மட்டுமே உண்டு

உருவமில்லா உன்னை நேசிப்பதில்
எத்தனை இன்பம் தெரியுமா எனக்கு?
யா அல்லாஹ் !
உன் முன் மண்டியிட என்னைத் தேர்ந்தெடுத்தமைக்கு
நன்றி.
என் ரப்பே!

"அம்மா நான் டிப்ரஸன்ல இருக்கேன்"

"கோயிலுக்குப் போய் மந்திரிச்சா சரி ஆகிடும்"

"வேண்டாம்! தர்காக்குப் போனா உடனே சரியா போய்டும்"

"அந்த ஃபோன்லயே இருந்தா? இப்படித்தான் ஆகும்"

இதுக்குப் பருத்தி மூட்ட குட்டவுன்லேயே
இருந்திருக்கலாம்.

எது இயற்கையின் நியதிக்கு உட்பட்டது?
எது அப்பாற்பட்டது?
முடிவு செய்வது யார்?
இயற்கையா? இறைவனா? மனிதனா?

காதோரம் உன் ஓசை கூச்சலிட..
காலோரம் உன் மணல்கள் உரசிப் போக...
கணநேரம் லேசாகிப் போனதே என் மனசு
இம்மாயம் தன்னை நீ எவ்வாறு செய்வாயோ?

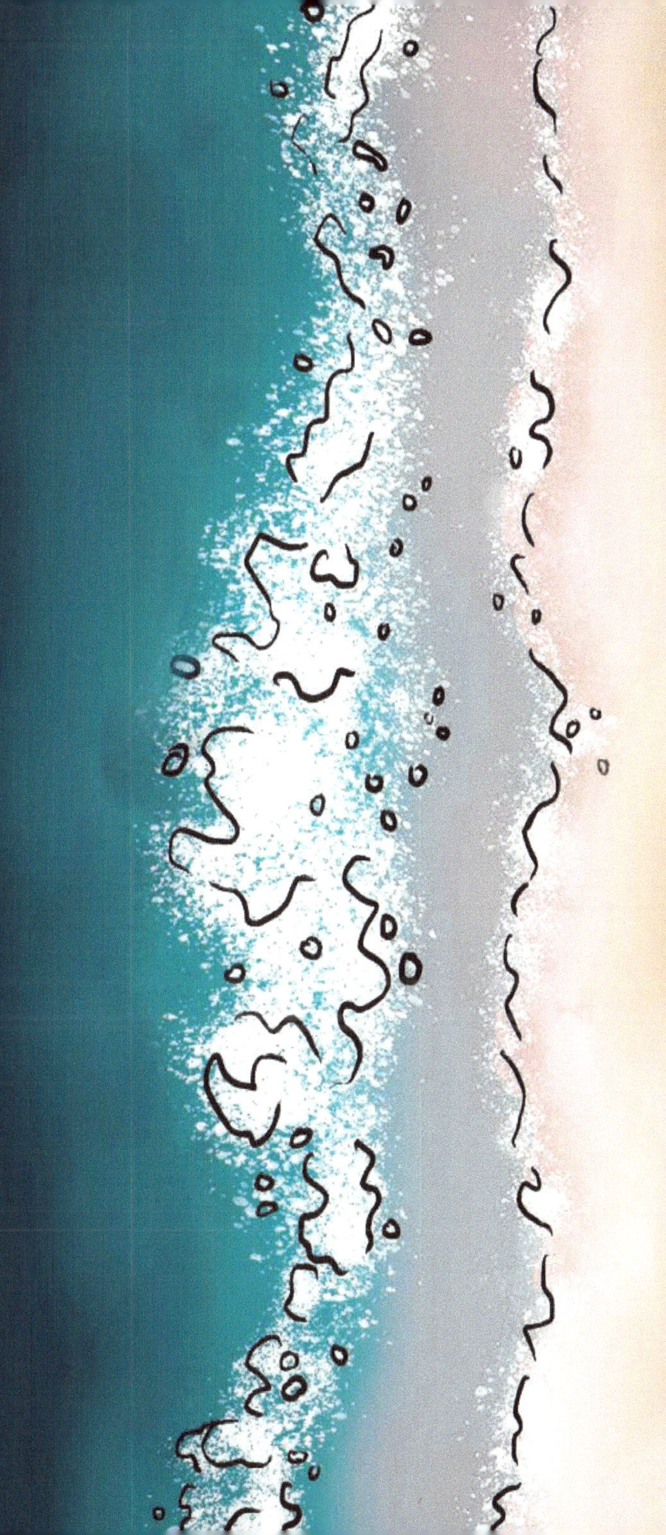

வேரூன்றிய மரம் நீ.
உன்னைச் சுற்றிய தாவரம் நான்!
உன்னை நோக்கியே என் உயிர் வளையுதடா!

வருமானம் என்பதே ஒரு அப்பா தன்
பெண் பிள்ளைக்குத் தரும் மிகப் பெரிய சீதனம்.

SALARY

கல்யாணம் வெறும் 'தாலிக்கயிறு' மட்டுமென்று.
அன்பால் உருவாகும் கல்யாணத்திற்குக்
'கயிறு' எதுவும் தேவைப்படாது.

தங்கக் கூண்டே ஆனாலும் கடைசியில்

அதுவும் ஒரு கூண்டு தானே!

அழகிய பட்டாடையில் ஜொளிக்க...
கைகளில் வளையல்கள் உரச..
மை பூசிய கண்களோடு
கீழே சென்றாள் பல கனவுகளுடன்..
எல்லாவற்றையும் கலைந்து
அடுப்பங்கரையில் நின்றாள்..
எச்சில் பாத்திரம் தேய்ப்பதற்கு.
– வீட்டின் முதல் மருமகள்.

இந்த மாதம் தங்கும் என்று நினைத்தேன்.

– எக்ஸ் மாமியார்.

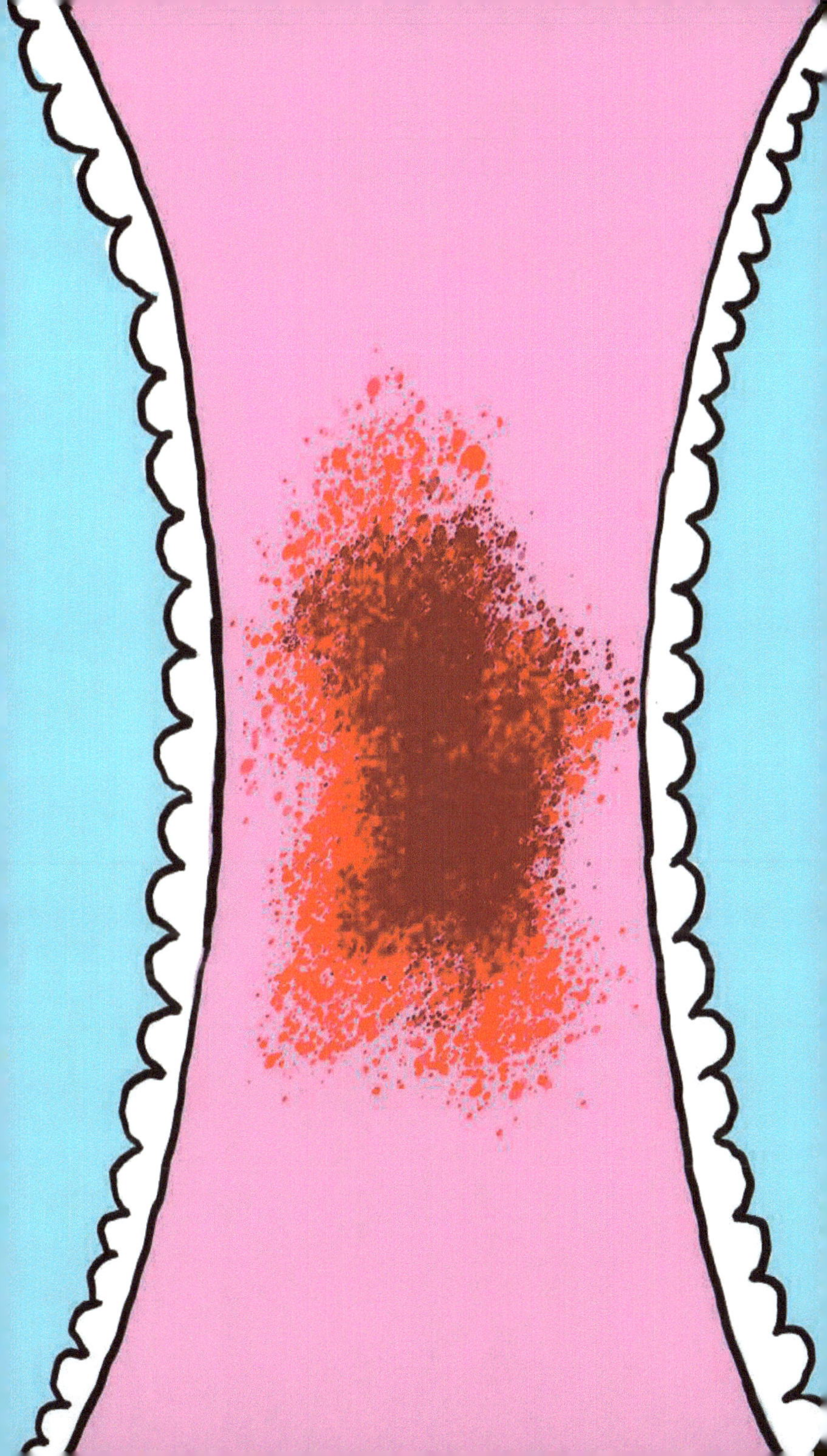

எந்த ஒரு உறவுக்குள்ளேயும் தேவையான இடைவேளை ரொம்ப முக்கியம்.

இல்லையெனில், அவ்வுறவானது அடையாளம் தெரியாமல் போய்விடும்.

உன்னை நான் என் சூரியகாந்தி மலர் என்று நினைத்தேனடா.

நம் உறவு கசந்து போகும் ஒவ்வொரு முறையும்

அந்த பூவின் ஒவ்வொரு இதழ்கள் விழக் கண்டேனடா.

வலியும் இரணமும் பயமும் என்னைச் சூழ,

என் மஞ்சள் நிறம் எல்லாம் மாயமாய் மறைந்து போக,

உன்னை விரும்பி என்னை நானே தொலைத்தேனடா.

அப்பூவின் கடைசி இதழ் விழும் வரைப்

பேதை எனக்கு விளங்கவில்லை...

அச்சூரியகாந்தி மலரே நான் தான் என்று!

 46 

"எதார்த்தத்திற்கு வா"

எது எதார்த்தம்?

நாலு சுவர்களுக்குள் அடைந்து கிடப்பது உங்கள் எதார்த்தமா?

ஆறு மாதம் முன் யார் என்று தெரியாத ஒருத்தனின்

தொப்பைக்குச் சோறு போட்டு வளர்ப்பது எதார்த்தமா?

என் திறமைகளை மதிக்காத இடம் தான் எனக்கு எதார்த்தமா?

எனக்கு வலிக்க அவனுக்குச் சுகம் எதார்த்தமா?

இதுவே எதார்த்தம் எனில்...

குப்பைத் தொட்டியில் வீசுங்கள் உங்கள் "எதார்த்தத்தை"!

குரோதம் கொண்ட நெஞ்சம்,
துரோகம் செய்யும் பந்தம்,
வேஷம் போட்டுக் கொஞ்சும்.
பாசம் எல்லை மிஞ்சும்.
நேரம் தக்கக் கிட்டும்
சமயம் ஆளை வெட்டும்!
வஞ்சம் வெளியே கொட்டும்.
நேசம் அறவே திட்டும்.
உண்மை கொண்ட நெஞ்சம்
மட்டும் உருக்குலைந்து நிற்கும்.

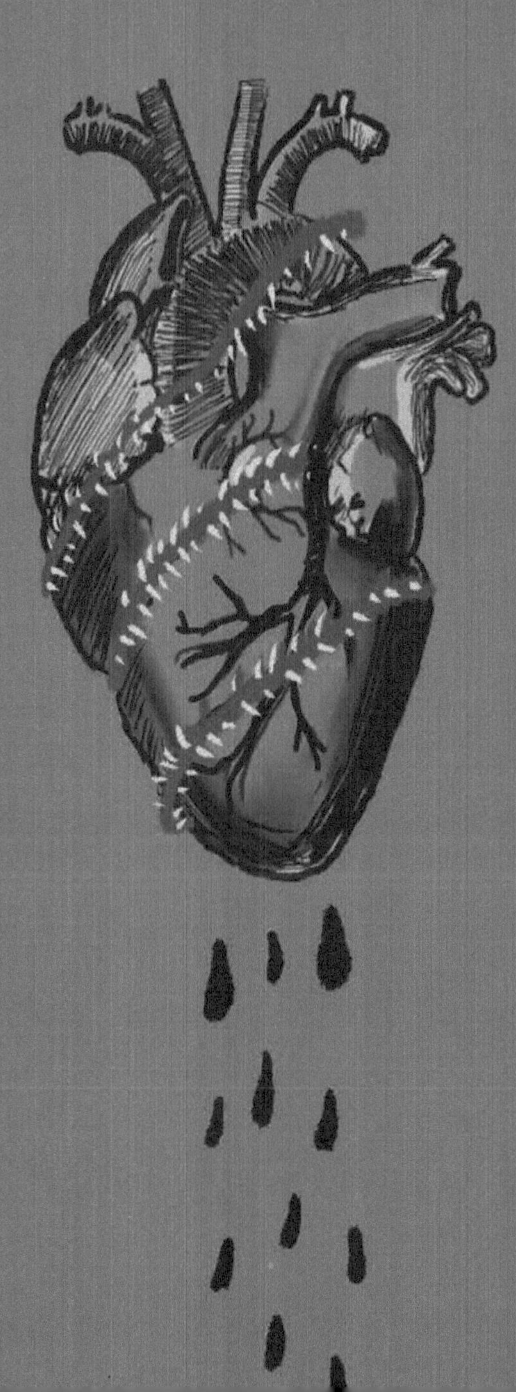

நீ விட்டுச் சென்றபோது கூட வலியில்லை
நீ எதை என்னிடமிருந்து எடுத்துச் சென்றாய்
என்ற போது தான் உணர்ந்தேன் "நரக வேதனை".

கடவுள் தந்த வரம் என்று நினைத்தேனடா உன்னை.

என் சாபம் என ஆகிப் போனாயடா நீயோ!

சபிப்பதற்கும் மனமில்லை.

மறப்பதற்கும் முடியவில்லை.

ஆனாலும் நன்றி,

உம் அரைகுறை காதலைத்

தூக்கிக் கொண்டு சென்றமைக்கு.

எதுவும் வேலை செய்யவில்லையடா.

உன்னை மறக்க நினைக்கிறேன்.

ஏதேதோ செய்கிறேன்.

நமக்குப் பிடித்த பாடல் அதை நான் மட்டும் தனியே
கேட்கிறேன்.

உனக்குப் பிடித்த அந்த சிகப்புப் புடவையைக்

கட்டிக் கட்டிச் சலித்துப் போனேன்.

நீயும் நானும் போன இடங்களுக்கு

நான் மட்டும் தனியே போகப் பழகிக் கொண்டேன்.

எனினும் சில நாட்கள்,

ஆரம்பித்த இடத்திலேயே வந்து நிற்கிறேனடா!

கண்கள் இரண்டும் நீரில் மிதக்க,

என் உடல் என் பேச்சைக் கேட்காமல் துடிதுடிக்க

அந்த வலி, அந்த வேதனை, அந்த ஏமாற்றம்,

எனக்கு ஏன் அதைக் கொடுத்தாய்?

என்னுடைய எந்த அழுகையிலோ,
என்னுடைய எந்த கதறலிலோ,
உனக்குப் பங்கு இல்லை.
இந்தத் துக்க காலம்
நான் உனக்குக் கொடுத்த
காதலின் வலியே தவற வேறொன்றுமில்லை.

புருஷன் எப்பவும் தலமாட்டுக்குக் கொள்ளிக்கட்ட தான்.

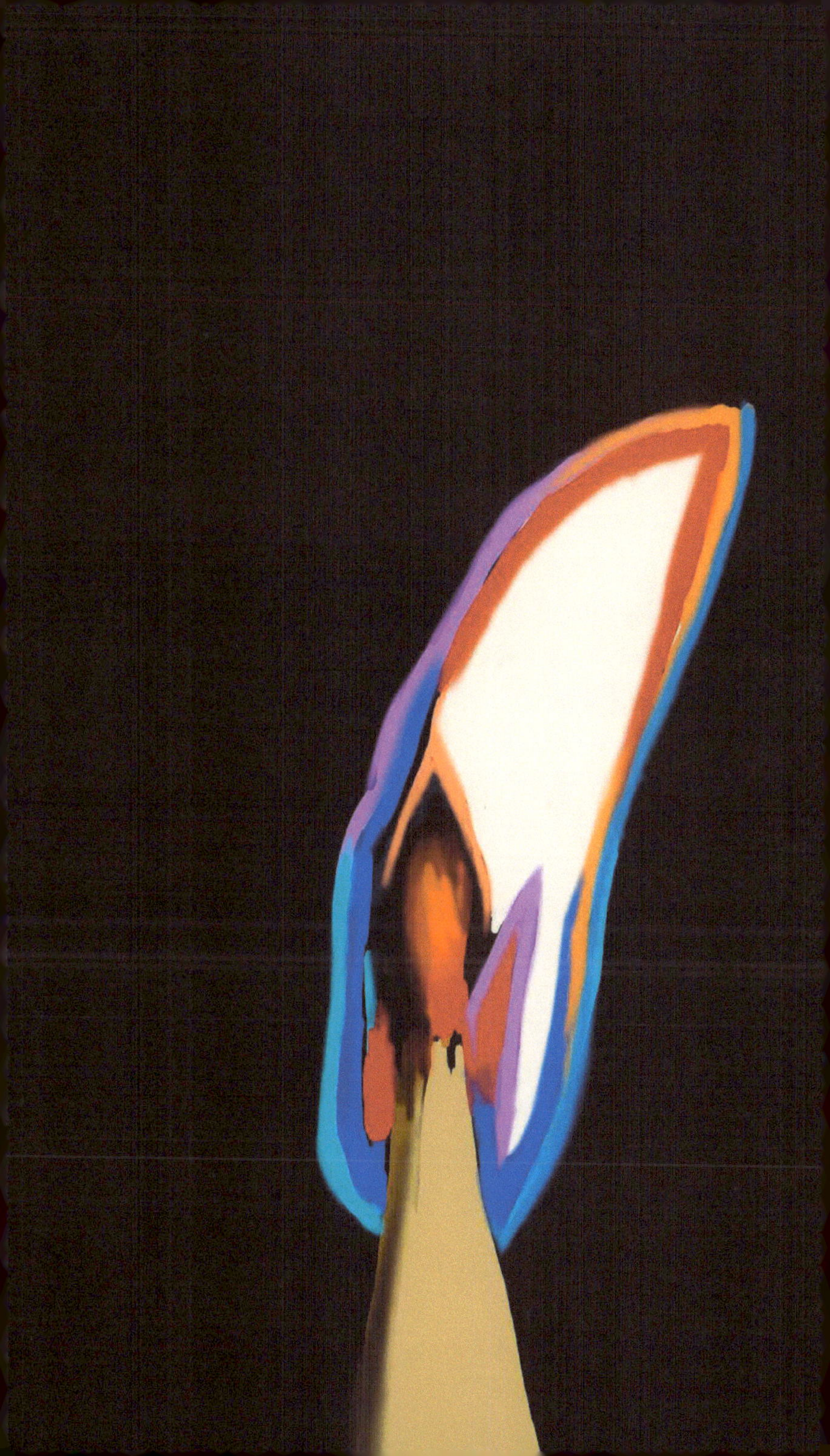

ஒரு சிங்கத்த புடிச்சி கூண்டுள அடச்சி வளர்த்தா,
அது தான் ஒரு சிங்கம்னு மறந்து போய்டுமா என்ன?
அதோட அந்த கர்வம் அது கூடவே பொறந்தது.
என்னைக்கும் அத அந்த சிங்கம் மறக்காது.

வேப்ப மரத்துக்கு விதைய போட்டுட்டு
மாம்பழம் வரும்னு நினைச்சா எப்படி சாத்தியம்?
எண்ணம் போல் வாழ்க்கை.

என் பிறப்பில் என்னடா குறை கண்டீர்?

என் வளர்ப்பிலாவது ஏதேனும் கண்டீரோ?

பெண்ணுக்குக் கர்வம் இருந்தால் அது பாவமோ?

அவளுக்குக் கோபம் வந்தால் அது குற்றமோ?

அவளுக்கெனக் கொள்கைகள் இருந்தால் அவமானமோ?

அவள் பெயரை அவதூறு பேசி அழிப்பீரோ?

ஆணுக்கு வந்தால் கோபம், பெண்ணுக்கு வந்தால்
தலைக்கனமோ?

எங்கள் பாலினம் வேறாயின் இது சரியோ?

என்ன ஞாயமடா இது?

உலகில் மனிதர்கள் நான்கே விதம்.

ஆச்சரியம், எனினும் அது தான் உண்மை.

ஒரு விதம் ஆடு, அப்பாவிகள்.

ஒரு விதம் நரி, காரியவாதிகள்.

ஒரு விதம் ஆட்டுத்தோல் உடுத்திய நரிகள்.

மற்றொரு விதம் நரித்தோல் உடுத்திய ஆடுகள்.

இவற்றில் நீங்கள் எவ்விதம்?

வாழ்க்கை சில நேரம்

நம்மல உச்சிக்குக் கூட்டிட்டுப் போய்

தொப்புன்னு கீழ போட்டு ஓடச்சிடும்!

ஆனா, "ஏன்?" என்ற கேள்விக்கு விடை கிடைக்காது.

கொஞ்சம் சுத்தி பார்த்தா,

எல்லாரோட மனசும் கண்ணாடி மாதிரி தெரியும்.

யார் நமக்கு உண்மையா இருக்காங்க?

யார் நம்மோட இந்த நிலைமைய ரசிக்கிறாங்க?

யார் நம்மல விட்டுட்டுப் போராங்க?

யார் நம்மல கை கொடுத்துத் தூக்கி விடுறாங்க?

இப்படி மறைவான விஷயங்கள் நம்ம நிறைய பாக்கலாம்.

அப்போ புரியும், அந்த, "ஏன்"ங்குற கேள்விக்குப் பதில்.

தோட்டத்து ரோஜாக்களை விட

சாலையோரத் தாவரங்களையே அதிகம் நேசிக்கிறேன்.

அடுத்தவர் துணை இல்லாமல் வளர்வதுவே சிறந்த வளர்ச்சி.

பாம்பு வளர வேண்டுமானால் அது தன் தோலை உரிக்க வேண்டும்.

அதுபோல, நாமும் வளர வேண்டுமானால்

சில உறவுகளை நம்மை விட்டுப் பிரிக்க வேண்டும்.

ஆண்மைக்குப் பெண்மைச் சமரசம் பேசும் இக்காலத்தில்
பெண்மை கொண்ட ஆணிடம்
நான் எவ்வாறு சமரசம் பேசுவது?
இதற்குத் தலைக்கனம் பெயர் எனில்,
கிரீடம் என எண்ணித் தலையில் சூட்டிக் கொள்கிறேன்!

அழாதே பெண்ணே.
நீ அழப் பிறந்தவள் அல்ல.
ஆளப் பிறந்தவள்!

அன்பென்றால் பெண் எனில்
ஆண் என்றால் அறன்.

– அண்ணா

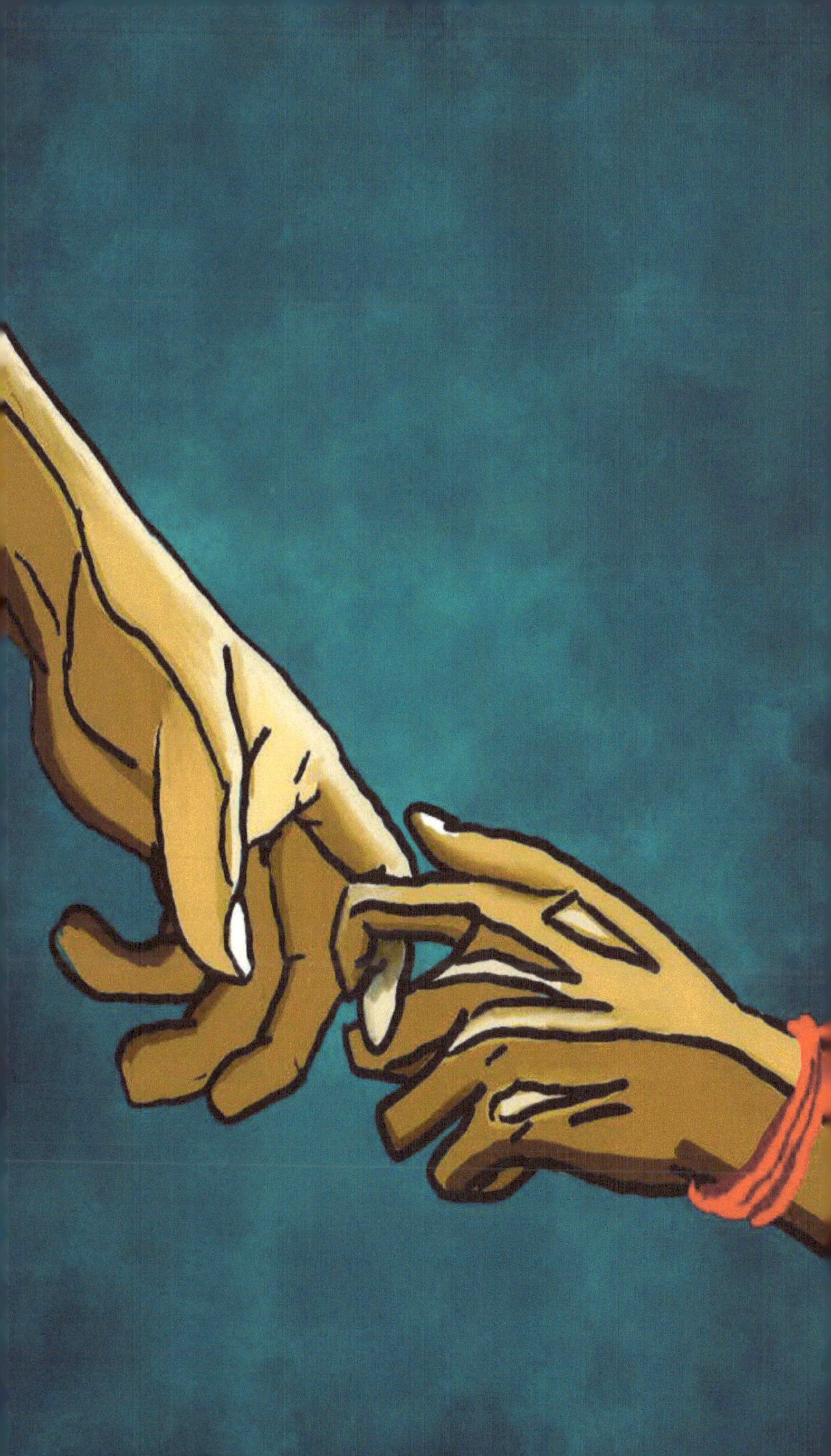

காலம் மாறிவிட்டது.

மொழி மாறிவிட்டது.

கலாச்சாரம் மாறிவிட்டது.

மக்களும் மாறிவிட்டனர்.

ஆனாலும், என் மனம் இன்னும் ஏங்குது,

அம்மாவின் பழைய பட்டுப் புடவைக்கும்,

அப்பாவின் இளையராஜா மெட்டுக்கும்.

உனக்குப் பிரியாணி பிடிக்கும் அல்லவா?
விரும்பிச் சாப்பிடுவாய் என்று கேள்விப்பட்டேன்.
ஒவ்வொரு கைப்பிடி வாயிலும் ஏலக்காய் வர
மனதார வாழ்த்துகிறேன்!
வாழ்க வளமுடன்.

என் காயங்கள் எனக்குள் நடந்த யுத்தத்தின் அடையாளங்கள்
என் கதறல், என் குமுறல், என் துடிப்பு,
என் வேதனையின் பிரதிபலன்.
ஒரு போதும் அவற்றைத் துட்சமென எண்ண மாட்டேன்
அப்படி எண்ணுவோர் தள்ளி நிற்கலாம்.
என் உடல், என் உரிமை.

தாமரை மொட்டுப் பெண்ணே நீ.
நீ விதைக்கப்பட்டது சகதியில்,
நீ வளர்க்கப்பட்டது சகதியில்,
ஆனால் நீ பூத்திருக்கிறாய்
இத்தனை அழகான
தாமரையாக!

அடுப்பறை விட்டுப் பெண்ணை வெளியேறச் சொல்லுங்கள் நீங்கள் பயப்படுகிற வரை அவள் வெளிப்படுத்தும் சாதனைச் செய்வாள் பாருங்கள்.

இப்போதெல்லாம் மனம் பதற மறுக்கிறது
உன் 'சஜ்தா' இருக்கிறது என்ற நினைவில்.

உன்னைப் பற்றி,

உன்னைப் பிரிந்த வலியைப் பற்றி,

பக்கம் பக்கமாய் எழுதத் தோன்றுகிறது.

உன் முகத்தை ஓவியமாய் தீட்டவே

காத்திருக்கிறது என் பென்சில் முனை.

எனினும், காகிதங்களுக்கு ஏன் அந்த சோதனை?

ஆதலால், கட்டுப்படுத்திக் கொண்டேன்

என்னை நானே!

எல்லா கல்லும் வைரக் கல் ஆகி விடாது.
அது எவ்வளவுக்கெவ்வளவு ஜொளிக்கிரதோ
அவ்வளவுக்கவ்வளவு அழுத்தத்தைத்
தாங்கி நிற்கிறது என்று அர்த்தம்
நீ வெறும் கல்லா? இல்லை
வைரக் கல்லா?

பாரதி பாடினார்

"தேம்பி அழுங் குழந்தை நொண்டி" என்று.

நான் சொல்கிறேன்.

"தேம்பி அழுங் குழந்தை போராளி" என்று.

வலிக்கும் வரை அழு.

உன் வேதனைத் தீரும் வரை அழு.

எதையும் விட்டு வைக்காதே.

அழுது இறக்கித் தூக்கி வீசு.

அழு, பின் எழு.

எழுந்த பின் ஆளு.

ஆள்ந்து காட்டு உன் ராஜ்யத்தை.

தத்தரிகிட தத்தரிகிட தித்தோம்.

இழப்பா?
இழந்தது யார்?
நானா? நீயா?
காலம் பதில் சொல்லட்டும்.

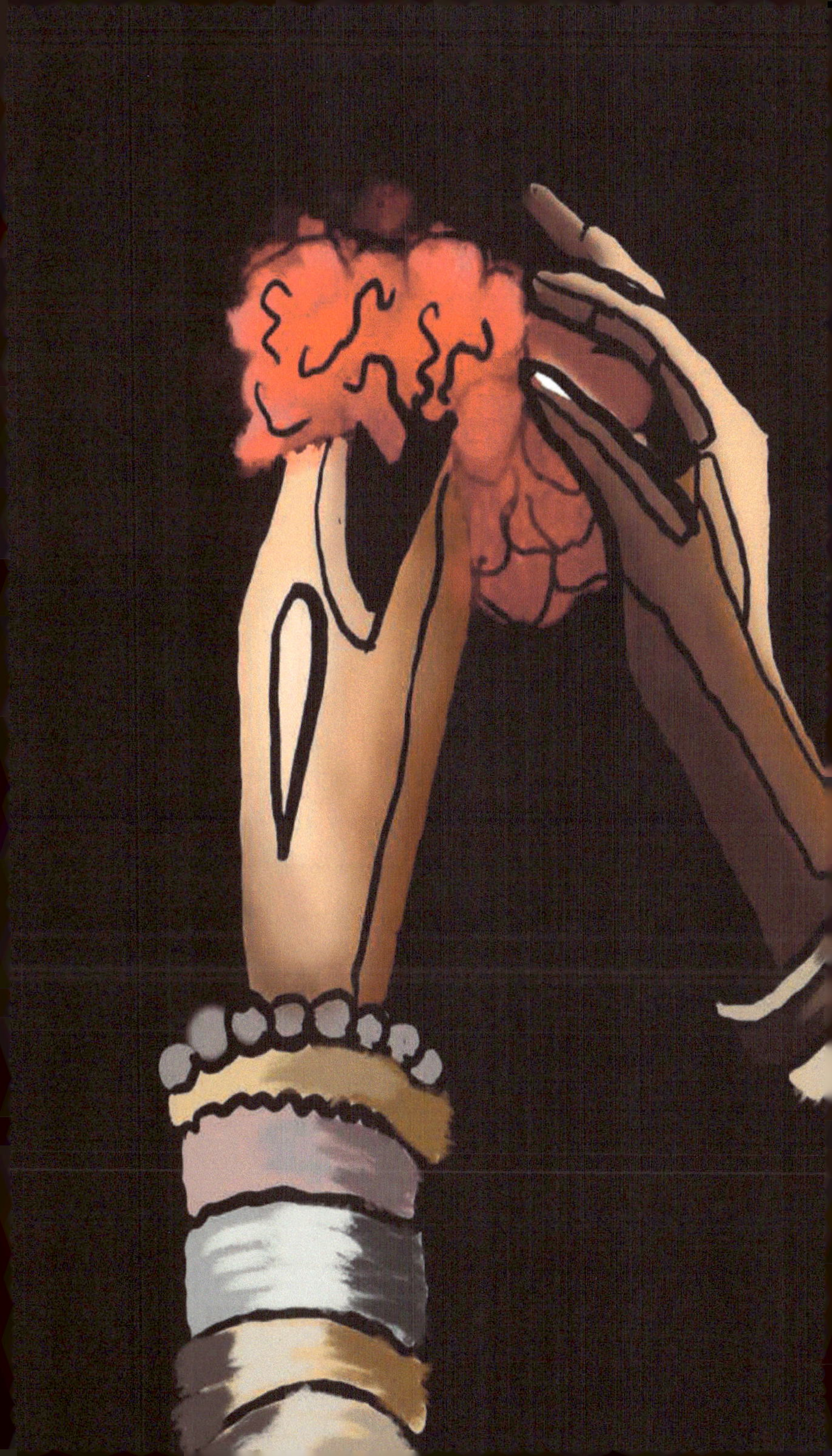

அவள் அடிபணிவாள்.

அவள் நாணுவாள்.

அவள் மௌனம் காப்பாள்-பிரச்சனை
எனில் அவள் தள்ளிப் போவாள்

ஆயினும் எல்லை மீறுகையில்
அவள் பதிலுக்குப் பதிலடி கொடுப்பாள்.

அவள் சொல்லடிக் கொண்டு எதிரியை மாய்ப்பாள்.

அவள் யார்க்கும் அஞ்சாது திமிர்ந்து நிற்பாள்.

செந்தமிழ் தமிழச்சி அவள் யாதும் செய்வாள்.

உண்மை கசக்கும்.

நெஞ்சைப் பதற வைக்கும்.

குழம்பச் செய்யும்.

பொய்யானது தித்திக்கும்.

ஆளை மயக்கும்.

தெளிவைக் கொடுக்கும்.

ஆனால் பொய் நிலைக்காது.

அது கடலளவு பொய்யே ஆயினும்,

சிறு துளி உண்மை முன் மண்டியிட்டே தீரும்!

பாரதி கனவு கண்ட புதுமைப் பெண்ணடா நான்.
உன் பொம்மலாட்டம் என்னிடம் பழிக்காது.
எத்தனை முறை என்னை எரித்தாலும்
ஃபீனிக்ஸ் பறவையாய் எழுவேன்.
என்னுள் இருக்கும் தீயை
ஒரு போதும் அணையவிட மாட்டேன்.
ஒரு வட்டத்திற்குள் வாழப் பிறந்தவள் நான் அல்ல.
அந்த வட்டத்தை அழிக்கப் பிறந்தவள்.
நான் பணிவது இரண்டு பேர் முன்பு மட்டுமே.
என் இறைவன் மற்றும் உண்மையான அன்பு.

யா அல்லாஹ்!
கஷ்டம் அது வாழ்வினில் வருகையில்,
குழம்புகிறேன் ஒரு நிமிடம்,
ஆனால்,
உனக்குப் பிடித்த அடியானையே நீ சோதிப்பாய்
என்று நினைக்கையில்
என் முகத்தில் பூக்கிறது
அழகான புன்னகை ஒன்று.

ஒரு பெரிய இழப்ப சந்திச்சதுக்கு அப்புறம் தான் தெரியும் சின்ன சின்ன சந்தோஷங்களோட மதிப்பு.

இந்த உலகமே உன்ன பார்த்து
"பொத்திக்கிட்டு இரு"ன்னு சொன்னாலும்,
நெஞ்ச நிமித்தி, உரக்கச் சொல்லு
"போடா பூமரு".

அபாயம்

நீ யார் என்று உண்மையாய் இரு.

உன் பலம், உன் பலகீனம்,

உன் துக்கம், உன் உற்சாகம்,

உன் வெற்றி, உன் தோல்வி,

உன் குறை, உன் நிறை,

இவற்றில் எதைப் பகிரலாம்

எதைப் பகிரக் கூடாது என்பது

பெண்ணான உன் உரிமை.

தலை கொள்ளைப் போனாலும் போகட்டும்

இவ்வுரிமை உன் எல்லை மீரக் கூடாது.

கண்ணீர் எதற்கடி கண்ணம்மா?

எண்ணி நீ பாரடி கண்ணம்மா.

பன்னீர்ப் பூ நீயடி கண்ணம்மா.

செந்நிற தீ நீயடி கண்ணம்மா.

மென்மை உன் வாய்மொழியடி கண்ணம்மா.

கவலைகள் ஏதுக்கடி கண்ணம்மா?

உன்னை இழந்தவன் வீணனடி கண்ணம்மா.

தூக்கி வீசி வா கண்ணம்மா.

புவியின் நன்மைக்கு ஆற்றப் பல்லாயிரம் உண்டடி
கண்ணம்மா.

கோபத்தின் உச்சியில்

நம் பெற்றோரை நம் வயதில் நினைத்துப் பார்ப்போம்.

எத்தனை எத்தனை கனவுகள்,

எத்தனை எத்தனை ஏமாற்றங்கள்,

அவர்கள் இழந்தவற்றை எல்லாம் நமக்குக் கொடுத்துச் சந்தோசம் கொள்கின்றனர்.

இனியும் கோபம் தணியாவிடில் ...

நல்ல மனநல மருத்துவரை அணுகவும்

அம்மா
அப்பா

நான்

உன் காலம் வரும் வரைப் பொறுத்திரு என்கிறீர்கள்.
என்னால் முடியாது.
இந்த நொடி, இந்த நிமிடம், இக்கணம்,
இதுவே என் காலம்.
இந்த காலத்திடம் என்னால் எதையும் இழுக்க இயலாது.
எனக்கான வாழ்க்கையை நான் அடையும் வரை
நடக்கும் இந்த யுத்தம்,
எனக்கும் என் காலத்திற்கும்.

வாழ்வின் அழகு உணர்ந்தேன்.

மனிதர்களின் மதிப்பு உணர்ந்தேன்.

உயிரின் உன்னதம் உணர்ந்தேன்.

சாவின் சூட்சமம் உணர்ந்தேன்.

நாட்களின் நுட்பம் உணர்ந்தேன்.

காலத்தின் கொடூரம் உணர்ந்தேன்.

மனதின் மென்மை உணர்ந்தேன்.

அறிவின் அலட்சியம் உணர்ந்தேன்.

எல்லாம் உன்னால் தான்!

என் பலம் உனக்குச் சமர்ப்பணம்.

ஏனெனில் உனையன்றி

நான் அடுப்பிலே நின்று வெந்திருப்பேனேயன்றி

இந்நிலை தொட்டிருக்க மாட்டேன்.

நன்றி.

என்னை விட்டுச் சென்றமைக்கு.

– முன்னால் கணவன்

فاسكا

சபதம் ஒன்று எடுத்தேன்

எவர் முன்னும் சிரம் தாழ்த்தேன் என்று,

யாராகினும் மதிப்பேன் என்று,

வஞ்சகரைக் கண்டு அஞ்சேன் என்று,

என் சுயமரியாதையை விட்டுக்கொடுக்க மாட்டேன் என்று,

என் அறிவை சந்தேகிக்க மாட்டேன் என்று,

என் இன்னுயிரைத் துட்சமென எண்ணேன் என்று,

மூச்சிருக்கும் வரை எனக்கு நானே முதல் துணை என்று,

உடல் மண்ணில் அடங்கும் வரை

இச்சபதம் நிறைவேறும் என்று.

உன் கால் கொலுசுச் சத்தம் கேட்டு

பூமியும் தாலம் போடுதடி..

உன் ஜிமிக்கிக் கம்மல் ஆட ஆட

காற்று தன் திசையை மறந்து ஓடுதடி..

ராசாத்தி...ஓ ராசாத்தி...

உன் சீனிச் சக்கர பேச்சுலத்தான்

வண்டெல்லாம் மயங்கிக் கெடக்குதடி

நீ குளிச்ச நதிநீரு

மீனெல்லாம் போதையில் சுத்துதடி

காரிகையே!!

இத்தனை வளம் உன் பெண்மையடி

பெண்ணியம் என்றொன்றும் வேண்டுமோடி?

 126 

பெண்ணியம் பேசுகிறேன்
பெண்மை பலம் என்றும்,
பெண்மை வீரம் என்றும்,
பெண்மை சுதந்திரம் என்றும்,
ஆயினும் ரகசியம் ஒன்று கூறுகிறேன்,
எத்தகைய பெண்மையும் அடிப்பணியும்
தன்னைக் கொண்டாடும் ஆண்மை முன்.

விவாகரத்து வரமா? சாபமா?
எந்த கண்ணோட்டத்தில் பார்த்தாலும்,
எனக்கது கடவுள் கொடுத்த வரம்.
இது முடிவல்ல..
ஓர் அழகிய தொடக்கம்.

A WOMAN
WITHOUT A MAN
IS LIKE A FISH
WITHOUT A BICYCLE

அல்ஹம்துலில்லாஹ்